Kings Of Love

Reigning over loneliness

Kuting Gajitos & Nicole Audrey Co

Ukiyoto Publishing

All global publishing rights are held by

Ukiyoto Publishing

Published in 2022

Content Copyright © Kuting Gajitos & Nicole Audrey Co

ISBN 9789360168117

All rights reserved.
No part of this publication may be reproduced, transmitted, or stored in a retrieval system, in any form by any means, electronic, mechanical, photocopying, recording or otherwise, without the prior permission of the publisher.

The moral rights of the author have been asserted.

This is a work of fiction. Names, characters, businesses, places, events, locales, and incidents are either the products of the author's imagination or used in a fictitious manner. Any resemblance to actual persons, living or dead, or actual events is purely coincidental.

This book is sold subject to the condition that it shall not by way of trade or otherwise, be lent, resold, hired out or otherwise circulated, without the publisher's prior consent, in any form of binding or cover other than that in which it is published.

To L & KCN

Poems By Kuting Gajitos

Heroin

you are heroin
powder in my nose
rubbed against my gums

sweet ecstasy
in danger of overdose
wanting more of you

the taste of your mind
reminds me of milkweed
like green beans with a hint of peaches

I am a monarch
living only for a fortnight
be mine, be mine, only mine

my drug of choice
my only life source
is you

Her Dreams Stretch From Midnight Till Dawn

i.
she stands in the corner
under the wan light of a street lamp
waiting for a hustle to pass by

the cold air makes her breath plume
as she runs her hands again her jacket
for what paltry warmth she could get

headlights approach the side of the road
and a man reaches over the passenger door
she looks in, with her winning smile

ii.
he has been seeing her for the past
couple of months now, entranced
always waiting for the weekend to come

he opens the car door for her and she

sits beside him, reaching for his groin
"not here, not now, not yet"

he drives a couple of blocks
to an all-night motel
he wants her all to himself

iii.
she tries not to dream as they move in the dark
not to dream of picket fences, and small
white houses with spacious lawns

her erection is painful but she savors it
as he moves with her, she moans
still the dreams persists before her eyes

and all of a sudden she hears the taboo
three words from his lips that cannot be true
by passion or by lust, he just said "I love you..."

iv.
he is surprised as she moved away from him
covering herself with the blankets they stained

his own engorgement hurting him in confusion
he tries to calm her down, and explain
trying to collect his thoughts and be plain
what he said was true, he has fallen and in pain

he wants to take her in, protect her
from the streets that have abused her
but only if she wants to come freely

v.
tears fall from honey-colored eyes
kisses fly and covered his face
her heart soars higher than this place

maybe her dreams can come true
maybe it's something she really can pursue
maybe, maybe, maybe, it's all coming through

she held him close, basking in his warmth
as he kisses her softly on the forehead
tomorrow cannot wait long enough
but this midnight stretches till dawn

And It All Falls Down

brick by brick
layer by layer
slathering the mortar
we build it up higher

enclosing ourselves
within thick walls
a world unto our own
no other can cross

for a time we were in bliss
safe in each other's arms
enchanted by each other's charms
every moment punctuated with a kiss

standing on the rooftop
under a canopy of stars

I professed my love
yet you denied me yours

bewildered, I asked why
the reticence to reciprocate
you said you're not ready
not now, but it's too late

we were both shut in
my heart in shambles
each glance from you
I remembered my shame

you blindsided me
you used and abused me
yet you're repulsed by me
oh woe, oh woe was me

so I took the shovel
and dug into the mortar
you tried to stop me

but there was no turning back

slowly, I made headway

then the rumbling started

you would be mine one way or another

under the stars or buried in rubble

Under The Bridge

so we run
as the rain
splashes onto
the ground
our breaths
pluming in
the cold

under a bridge
we take shelter
hugging for warmth
but we generate
more heat than
necessary

lips touch
tongues clash
and we tear
at each other's

clammy bodies
wanting to claim
more of that
inferno inside

licking coin slots
in the dark
and polishing
hafts in half light
we engage ourselves
in the body electric

engorged and enlarged
our hypothalami ignite
despite runny noses
wipe it off, wipe it off
sneeze a while
oh that makes it tighter!

until at last
the magic wears off
we don our jackets
you pocket your

delicates
and we're back
under the rain
waiting for an uber
to take you home

The Green Fairy

come share with me
a tincture of green
licorice-flavored
bittersweetness

imbibe of the potency
from my mouth to yours
a shared liquid kiss
of ecstatic agony

pour out more
of the green fairy
spare no expense
drink, be merry

as it burns down
so does the heat
rise up like warm air
upon my chest

do you feel it, too?
come take my hand
I'll dance with you
till morning comes

or until the sun
witness our nakedness
tangled like asps in a nest
sharing heat in the cold

I Am Yours

you vow
make an oath
promise me
that for love
aught will you do

save for
that one thing
to break
my heart
and leave me
for naught

such promises
golden words
that fall on
expectant ears
and fertile heart
it makes me

want to believe

believe in you
believe in us
believe in a future
where we may belong
I see it
in your eyes
twinkling
like stars
in the night

still, my chest
is heavy
carrying burdens
from past
heartaches
and pains

as you try
to allay
the shadows
which plague

my core
I see the light
shining bright
bathing you
in a halo
and I succumb
I am yours.

Deep Within Me

I feel you
deep within me
your fingertips
blotting my meninges

massage my brain
Thai style
make it supple
make it flexible

I feel you
deep within me
your footprints
all over my spine

drive your heel
deep in my vertebrae
my coccyx extends
in ecstatic bliss

I feel you
deep within me
your essence
mingling with mine

I can't get enough
of your breath
upon my skin
heat upon heat

I feel you
deep within me
no longer though
no more, no more

In The Wee Hours

I wake in the night
with your name upon my lips
I search for your warmth
and feel my hand upon your hip

your steady breathing
gives me comfort in the dark
I lay my head on you broad chest
as I trace the edges of your birthmark

your eyes flutter open
and you give me the brightest smile
so bright, it lights up the room
so pure and without any guile

I reach up to cup your face
and kiss you tender and sweet
heat crawls along my body
quickening my heartbeats

your strong arms wrap me
in a warm embrace
stoking the embers within
and the fire takes place

I take in your scent
of old coffee and musk
of burning desire and sweat
of love and lust

you open me up
like a Christmas present in July
then you ravage me whole
while in ecstasy, I cry

I crumble beneath your gaze
as you melt under my touch
together to meld into one
as we both feel the rush

as we return to ourselves
promises were uttered

we both know, here and now
that we are hopelessly altered

I lay back down beside you
and you stare into my eyes
you say the three words I long for
"cheeseburger and fries?"

Snowdrift

I love you
do you know this?
have you felt it?
even once?

I love you
do you remember?
how I gave you
my heart

you spurned me
this I remember
my heart grew cold
it froze

then you left
with no other word
into the veil
I wept

I miss you
snowflakes fall silent
kisses I leave
your grave

On The Altar Of Ishtar

seeking warmth
in the cold night air
you wrap your arms
around me
on your strong chest
I lay my head
listening to the boom
of your heartbeat
comforting in its rhythm

I kiss your full lips
with my burning ones
and you respond in kind
tongue fencing tongue
while our hands
caress each other
blindly in the dark
generating heat
til we are both

in conflagration
white hot lust
mingled with
sacred devotion
I worship on the
altar of Ishtar
with you beneath me
moaning my name
like a prayer upon
your lips

we ascend in wonderful climax
the universe opens itself to us
but for a moment
and we fall back
spent upon
sweat stained sheets
you kiss me on my forehead
and then on my lips
you wrap your arms around me
and I lay my head on your chest

Kitsuku Shibatte Onegai, Senpai (Tie Me Tight Please, Senpai)

let me feel the smoothness of the rope
wrap upon my folded limbs
feel it tight upon my buttocks and breasts
my heart races as the cord chokes my neck
pull it tighter, please, senpai
I'm yours, body and soul
take me now, take me whole
kitsuku shibatte onegai, senpai

You

if you were kind
you'd have told me the truth
if you were kind
you'd have told me something
if you were kind
you'd have not stayed silent
and turned me out long ago

it would have been kind
had you told me her name
it would have been kind
not to act all the same
it would have been kind
if you told me the truth
and let me leave on my own

but you were cruel
you were heartless
you left pieces of me scattered

in the darkness of space
yet thanks for that

and now I know
just who you truly are
you have shown me
who I truly must be
look up towards
the bright heavens tonight
see, I've become the stars

Listen

listen, let me hear your heart
let me hear your thoughts
drown me in your sighs
as I move between your thighs

scratch my back
with your manicured nails
let me feel your hunger
as my blood drips from them

I'll burrow my head
between your breasts
and drink in the scent of you
lilac, lavender, and rose

listen to my moans
as I close my eyes
to savor your mouth
crushed against mine

chest to chest we dance
upon this marital bed
always will I cherish you
till time claims us

Collide

The look of surprise in your eyes
As I collided into you
Your mouth opening wide
No other emotion seemed so true

My eyes were likewise agape
Startled at our sudden meeting
An epithet died on my lips
As I saw you struggling

As your books and notes fell
You tried to catch them one by one
But they all fell out of reach
There was nothing you could have done

I stooped down to pick up
One of your treasured tomes
But instead I just butted your head
And we looked at each other with a groan

It was then that I saw you smile
And the everything suddenly lit up
Songs began playing in the background
And I felt someone stand straight up

At a loss for words, I looked more like a koi
With my mouth opening and closing again and again
You've gathered all your stuff, and now you looked coy
Asking me for my hand again and again

I said "Yes," but you said, "Excuse me?"
And the bubble I was in just burst
I handed you your book by Machiavelli
Then I turned away, feeling the worst

To fall in a space of a second of collision
Could there be such a thing?
To fall in love and be scorned in the space of a minute
There is nothing more painful…

Unsung Princess

my heart aches
for you
there is a space in it
shaped like you

I try to take you
by the hand
to come with me
to wonderland

your eyes flood
and I try to dry them
you turn away from me
as I reach for your hem

I try to sing
to get you back
but the darkness
is holding you fast

so I jump into the abyss
to be with you
you are my crusade
my only truth

so together we embrace
in the darkness
no longer alone
my beautiful princess

Knot

every time I see you
I get tongue tied
my guts all up in knots
all because of you

butterflies in my stomach
do loop the loops
making me weak
at the sight of you

I take your hand
in my own
though I am shaking
my heart is leaping

with this ring
I make you mine
and together
we are tied

Petra

under the hot sun
amidst tobacco plants
she bends down, pliant
harvesting green gold

calloused hands
clean the leaves
then dry them
the bundles rasping
as they are tied together.

then dainty hands
get the dried leaves
to roll them
over and over again.

she hums as she works
a tobacco set
at the corner of her lips

all the while rolling on and on
in the morning she sweats
in the humid air of the farm
at night she crawls up to you
scantily clad on the bed

As she reaches you
she hands you a cigar
one that she made
for you, the boss

the aroma is exquisite
reminding you of the old
hacienda in the province
the warm days and the cool nights

she comes again, closer
she smells of the sun
and of tobacco leaves
and tobacco smoke

she pulls off her hair band
and her locks tumbled

in a raven cascade
smelling of calachuchi

her hands are warm
on your broad chest
her caress burning brands
across your skin

her lips moist to the touch
meets with yours
causing you to combust
from the inside out

it was then you wrapped
your strong arms around her
covering her mouth with yours
inhaling her soul to exchange your own

the cigar lies forgotten
in the ashtray
while each touch burns
like living flames

from a single spark
to a raging inferno
you consume your souls
together in the pyres of passion

slowly, the fire banks
until they are just
smoldering embers
faint and warm

you share the cigar
it tastes like her
it tastes like you
it tastes like…

In Estrus

on bended knees
we exclaim exaltation
to the One

among clouds
in the midst of estrus
we exclaim hallelujah

we genuflect
in obeisance
we give our all

we speak in tongues
we soar up high
entwined, inextricable

we make of each other
a sacrifice at the altar
of the One

From Fire To Ice

we collide

we merge

we become one

completing the other

even as we stand

alone in the hinterlands

back to back

in the midst of foes

chest to chest

under the furs

comrades and lovers

both deserters

as the light fades

and darkness crawls in

we make our stand

the last if we must

against the terrors of the night

but first, we lock lips

for the final time

Pag - Ibig

sa pag-indayog ng iyong katawan
ako nama'y unti-unting nadadarang
pinananagimpan ang lasa ng iyong mga labi
at ang init ng iyong katawan sa aking tabi

nais kong ika'y maging akin
manatili lamang sa aking piling
subalit di maari; ika'y tao
at ako'y isang kiwig

Tindering

another face
another swipe
left, left, right, left, right
love's just another game
another gamble in the cold night
looking for connections
in all the wrong places
betting all in
and losing everything

I Thirst For The Sunset In You

I thirst for the sunset in you
I hunger for the twilight in your soul
come and I'll taste your pain
give the word and I'll imbibe your tears

rest your head on my chest
feel the drumbeats of my heart
let my warmth flow through you
I will shield you from the world

stay in my arms, don't pull away
let me feel your lips against mine
let me roam your peaks and valleys
and take you for mine and mine alone

dance with me in the dark
take me into you
as one we'll traverse eternity
and return spent and ecstatic

Longing

cold wraps its arms around me
and I long to be warm
to feel your heated flesh against mine
your breath bringing me to
boiling point

let me come to your bed
and worship your scent
show my obeisance to your beauty
pay homage between your breasts

and with this I pray
that you would feast on me
leaving your claw marks
behind my back
and my hair
tangled between your fingers

burn me with your lips

melt me to my core

cauterize the wounds

I bear for you

and I will be yours

for all time

Sakaling Maligaw Ka Rito

makikilala mo pa kaya ako?
maaalala mo pa ba ang bawat guhit ng palad kong
dati-rati mong hinahalik-halikan
sakaling maligaw ka rito?

banggitin mo pa kaya ang ngalan ko?
maaalala mo pa kaya ang awiting inyong
sambit sa tuwing ikaw sa aki'y naglalambing
sakaling maligaw ka rito?

mahalin mo pa rin kaya ako?
maaalala mo pa kaya ang araw na ipinagtabuyan mo
ako sa ulanan at pinalayas nang luhaan
sakaling maligaw ka rito?

patatawarin ba kita?
ang mga pahirap mong dinanas ko'y hindi mabubura
sa isipan kong puno ng alaala mong
naliligaw rito

lipas na ang panahong patawarin ka
sapagkat ikaw ay lumipas na rin
subalit maaari naman sigurong makausap ka
sakaling maligaw ka rito

Blue Merman

the water parts for you
and you fly through it
at home in the depths
and in the cool darkness

but your curiosity was piqued
when you saw sun rays
in the lake bed you lived in

and so you swam up
to the surface, to me
and when our eyes met
something inexplicable happened

I fell for you, and so I pursued you
swimming as deep as I dared to
singing you love songs hope you'd hear
I only wished for you to be near

be mine, and mine only
I'll be yours, and yours truly
though we be from different worlds
know always that I will be your pearl

Before Eros

tattoo your touch upon my skin
and I will wear it for eternity
it will be your mark upon me

paint your breath upon mine
and I will breathe you in forever
your soul and mine intertwined

let your seed blossom within me
and thus my womanhood complete
so as your manhood be

under the rain we complete this dance
our futures tangled with each other
as we writhe before eros' altar

The Huldra's Sorrow

she stands alone at the edge of the forest
looking at the happy family by the river
she shivers from the envy in her chest
then turns away to go into the woods deeper

one day, she chances upon a young man
fair of hair, and beautiful in countenance
and so she in the light of winter so wan
she stood in front of him, in all brilliance

deep in awe, and slack-jawed, he fell to his knees
and it was then that he noticed her fox tail
still, he looked at her, he can only see her beauty
he said, "Your petticoat is showing beneath your skirts, lady"

she smiled, benevolent and gracious
satisfied that he is polite and kind-hearted
she told him of a place where he could get

untold treasures and stones precious
as he moved away to collect the treasure
she waited if he will return to her
hours turned to days, to months, to years
there were ice on her face that used to be tears

from then, her heart has festered
and her beauty became malevolent
politeness and gentility no longer mattered
in her eyes, all men should suffer

so still she wanders the forests and the woods
still remembering the place where he stood
not knowing that in his haste to get back to her
he slipped and broke his head, and never recovered.

Poinsettia

mapula na ang dahon
ng mga poinsettia
panahon na ulit
ng hanging amihan
dala ang lamig
galing sa hilaga

nilalamig ako
sa katawan
sa kalul'wa
sa diwa
kumuha ako ng
kandila
at ito'y isinubo
sa pagbabakasakaling
ito'y magpainit
muli sa akin

naramdaman ko ang init
pauni-unti
isa-isa
sunod-sunod
mga kandila
sige pa

ayan na nga
nagningas na
hanggnang
sa gumapang ang apoy
sa kumot
sa kama
sa kurtina
sa kisame
sa sahig
sa pinto

mainit na
mainit na mainit
di na ko
mulling lalamigin
ngayong

panahon ng
poinsettia

Helios In The Heliotrope

she followed the sun
everywhere
she followed the sun
'til she got nowhere
she followed the sun
as far as she could
she followed the sun
as no other would

the sun that crept
inside the heliotrope
while the sky wept
into a kaleidoscope
she found the sun
she was looking for
her search was done
wasn't there more?

more to the search

she did all her life
more to the search
that gave her much strife
but there is none
nothing more nothing less
just the setting sun
giving way to darkness

[Take One Step]

take one step
even if it hurts you
take one step
even if it bleeds you
take one step
you need to keep moving
take one step
even if your heart is breaking

you're not alone
I will be with you
though I may not be
by your side
my heart is yours
and I will keep you
close to me
always

walk on

even if it rains
walk on
through all your pains
walk on
through the night
walk on
into the morning light

Chasing What-Ifs

playing safe in life
to keep away
from foolish mistakes
making secure decisions
to keep the boat
from rocking

but blood poured
from self-inflicted wounds
and the mind played
with alternative realities
with choice made
I walked away barefoot

the smooth pavement
was kind on my soles
but soon friction
had me blistering
my bloody footprints

witnessed my perseverance
chasing what-ifs
I dragged myself on
dehydrated
in the monsoon rain
finding shelter
among familiar strangers

soon I'm immersed
in debauchery I did not choose
a willing accomplice,
or so I thought
just an unwitting victim
under a galvanized roof

still, I kept on walking
defiant in the face of fate
I will find the end
of the what-ifs
even if it leads
to certain heartbreak

down the rabbit hole

all the way I go
till I come out the other end
no worse for wear
back to where I started
this time, I chose it

Bend

low on your knees
try to appease
the goddess most beautiful
as much as vengeful

worship your way
into her good graces
be wrapped in her
kundalini energy

stand up and raise
your hands to the sun
then bow down
with your palms to the ground

your obeisance is accepted
and your life protracted
the Mahadevi Parvati
will bless you greatly

the divine feminine flourishes

as it nourishes

so bend low

and worship again tomorrow

Disgust After Lust

flush against each other
skin slithering over skin
under the eaves in a rainshower
we consume our sin

exchanging souls through breaths
we share one body
united, we die little deaths
suffering each other's acrimony

staccato heartbeats drumming
against deaf ears
under shaking hands, my bones thrumming
you and I tremble in our fears

we move away from each other
disgusted at our sin
but we'll always find the other
even as we shed our skin

Requiem Of Somnolence

I look at the moon
and I think of her
slumbering deep
and sound

I whisper to the moon
from my window
to tell her
that I love her

somewhere in the night
she lies sleeping
bathed in moonlight
her face unlined with care

while I stay up
the moon my silent companion
comrades in arms
conspirators in the dark

the moon whispers back to me
of tidings of her
still, she lies sleeping
and I'll remain waiting

until the time she wakes
when I'll greet her good morn
and take her hand from deathless sleep
into the sunlight shining

Delicate Drowning

take me in your arms

o deep waters

keep me in your cold embrace

never let me go

let me breathe you in

let me taste your magic

take me into the darkness

never let me go

-

Daily Devotions To Unknown Gods

I bow to the sun rising in the east
another day has dawned, another day gifted
I whisper a prayer of thanksgiving
for new life granted

I bow to the darkness in the west
where the lingering night is leaving
I whisper a prayer of thanksgiving
for a past well learned

I bow to the coldness of the north
where hearts freeze in the permafrost
I whisper a prayer of thanksgiving
for the lesson of cold objectivity

I bow to the warmth of the south
where souls languish in the heat of the sands
I whisper a prayer of thanksgiving
for the lesson of wanton indulgence

to the guardians of the four cardinal directions
I pay my utmost respect
grant me wisdom in these dark times
that I may not fall into limbo

I bow to the sun, he who is resurrected everyday
the source of all light and life
I bask in your brilliance, celebrating your glory
may you grant me the desires of my heart

I raise my head to the sky
and my arms I open wide
I am the sacred oblation
gods, partake of me as I partake of you

The Old Ballerina

swollen ankles
bruised toes
battered body
shattered egoes

she dances in the dark stage
a lone light following her movements
her body betrays her and she falls
to the audience's tepid applause

she gets up, and holds her head high
a taut smile bisecting her face
her foundation is starting to crack
hooded eyes twinkle with welling tears

swollen ankles
bruised toes
battered body
shattered egoes

she falls again as giggles arise
from the darkness of the theater
this time, she remains slumped
her chest heaving as the dam bursts

the music screeches to a halt
silence spreads like a flood
for a time, it stays that way
until her scream breaks it

swollen ankles
bruised toes
battered body
shattered egoes

Sa Ilalim Ng Kalaliman

sa ilalim ng kalaliman
naroroon siya
naghihintay, naghihintay
kung darating pa nga ba

taon na ang nagdaan
tila mga oras lamang
alaala, alaala
mga halik na nakadadarang

at sa pampang naroon
nakatayo, nakatanaw
naghihintay, naghihintay
oras nang pumaibabaw

Elegant Execution

the convergence commences
past and present progressing
towards tomorrow's taunting
fickle false freedom

dealing with demented depression
I immolate my imagined innocence
surrendering to sagacity's spite
an adult adulterated by uninhibited adulteration

contemplating concentric circles
diving into distressing depths
facing only factual fiction
nothing more than neurodivergent nuisances

summoning Sidapa, I stand
on the precipice of perspective
maybe my moment is here
so I embrace my elegant execution

Muni-Muni Sa Kawalan

saan nagsimula ang wakas?
saan natapos ang walang-hanggan?
hinanap ko ang kasagutan
sa ibutod ng puso mong walang kalaliman

nagbabakasakaling maitatarong
ang maling sa aki'y iginawad
sa gitna ng dumal kong nasaksihan
sa gitna ng iimbuting balaghan

ang tuos ng rangya ay darating
lumilipad sa alapaap dala ng hangin
wala kang tapang kaysa sa pitso
ang yong ganid ay aalayan ng abo

wala nang lakas ang aking mga bisig
di na kayang dalhin ang tansong tampipi
mga alaalang laman nito'y dadalhin ng buhawi
papalayo at maglalaho

Violin Among Poppies

sleep creeps
into my heart
among the red poppies
in the poppy fields

lethargy sets in
apathy reigns
as I lie in slumber
unaware of the world

then a sound rings out
over the poppy fields
A sweet tone
haunting and alluring

a violin plays in the dark
and with heavy curiosity
I follow it; crushing flowers
beneath my bare feet

and there I found me
playing the violin
I looked at me, and I looked back
and I understood

I took my hand, and together
we walked out of the fields
leaving behind the violin
among the sleeping poppies

Of Lovers And Vagrants

nudiustertian, she came away
from the amatorculist, Lucian.
the ulotrichous maiden sobbing
at the daring of the hirquiticke

a solivagant reveling in the vagaries of life,
her vagrant hedonia is the only reason
for her eunoia despite the heartbreak
from the thieving knave

peristeronic coos would wake her
in the rubescent mornings
dispelling the ennui one would feel
contemplating the fears of the overmorrow.

but as petrichor fills the air
the young philocalist rejoices
in the beauty of the rainbow
and sleeps in elysian slumber.

Napowrimo#11

my hands slide along your curves
and I tune you to my liking
your sweet notes sing to me
as you move against my body
lithe and supple we do the body electric

And I Thought I Loved You

your smile twinkled like stars
in a cool moonlit night
dispelling the dark shadows
lurking in my black heart

I kept a portrait of you
in all the colors of the rainbow
tattooed on my skin
I remember it delighted you

but I have been looking
through rose-coloured lenses
watching my life on a silver screen
The Eraserheads' albums soundtracking my life

I looked down on the gold ring on my finger
we were just kids when we fell in love
but it is over now, the magic dispelled
I wonder how I'll forget your smile…

In Spite Of Complexion

caramel skin
against my pale one
caressing me
in the night

I see no color
in my eyes
other than gold
my golden child

you are who you are
your hue is irrelevant
my love is colorblind
I am yours and you are mine

and though the world
will see you with prejudiced views
know that I love you
in spite of our complexions

Leaving

we were just kids
when we fell in love
sending up wishes
to the stars above
hungering for
the other's kisses
dreaming of hot
lingering caresses

as years passed
we grew apart
by increments
deceiving the heart
your touch became cold
freezing on my skin
now each palmprint
is a tattooed sin

gilded cages sparkle
amidst teardrops falling
from heavy-lidded eyes
consumed by incessant crying
held hostage by lust
and conflagrating rage
fighting to be free
screaming loud with outrage

escaping from bonds
freedom hard-won
taking back what's mine
from once upon a time
standing head held high
walking out the door
I am a victim
nevermore

After Ecstasy Is Mainly Anticlimactic Awkward Silence

she lights up a cigarette
exhaling her disappointment
silver necklace glinting
in the drab afternoon light

he watches her as a mouse
watches a cat losing interest
in the thrill of the chase
she sighs loudly

disarranged hair
frames a smallish face
a porcelain doll
naked in the summer heat

acrid smell of ash
polyester on skin
stiletto rhythm on parquet floor
he's left with a couple of coppers

[Breathe Life Into Me]

breathe life into me
your breath is my wind
come to whisk me away
even as Eros pierces me with his arrows

breathe life into me
make my flesh out of clay
your breath stirs my pulse
the blood in my veins flow hot

breathe life into me
and I will bring you to ecstasy
as we writhe entwined
within Aphrodite's temple

breathe life into me
your love is my thirst
let me drink the ambrosia
of gods from your mouth

breathe life into me
your body is my ocean
I will swim in your caresses
as you dive into mine

breathe life into me
your kiss is my joy
your lips upon mine
transform me into the divine

Mourning Siren

the aria plays
dark and haunting
over and over
the siren mourning

from atop her pedestal
she shines
shadows follow her
she pines

her voice rings
in striking vibrato
gradual crescendo
powerful fortississimo

in time with her song
murmurs abound
at the foot of her pedestal
a hundred feet from the ground

whispers of longing
a susurration of desire
bound by despair
the darkness conspires

and still she sings
her dark opus ringing
the siren reflecting
the deep's mutterings

That Night

under a blanket of stars,
lulled by the susurrus
of the wind-swept sea
I breathed in the salt of your sweat
as you lay beside me

hands clasped on the sand,
heat rose up to my cheeks
your breath tickled my ear
as you nibbled at it
sending shivers down my spine

desire burned in your eyes
scorching me from deep within
I found myself lost in their depths
and as lips touch lips
I am immolated

the heavens burst
but the fires kept burning
defiant I ride, with you as my steed
two souls now entwined
two bodies now tangled

every heave, brings more hunger
for the flesh of the other
a thirst that cannot be slaked
even as we drowned
in the flood of passion

as the storm breaks
so does the fever
and we fall upon the sands spent
panting and wet
yet stronger for it.

Poems By Nicole Audrey Co

Katanungan

Hanggang kailan mananatiling tahimik?
Na tila ba ang pakiramdam ay parang nakalubog sa putik.
Hanggang kailan, hanggang kailan?
Gusto ko nang malaman

Gusto ko nang malaman
Ang mga tanong na pilit gumugulo sa isipan
Dumarating sa puntong wala na akong pagsasabihan
Walang mapagsabihan ng problema

Gabi gabi pumapatak ang mga luha
Hindi na makapagsalita
Tila ba hindi na maiparating ang nais sabihin
Sarili ay gusto ko laging tanungin

Bakit ba ganito ang nangyari sa akin?
Minsan sinisisi sa sarili
Minsan gusto isisi sa iba ang nangyari

Pero mas pinili na lang itikom ang mga labi

Mas okay na siguro yung ganito
Yung ako na lang nakakaalam ng
Bigat ng aking nararamdaman
Bigat ng bawat laban na gusto kong sukuan
Pero pilit sinasabi sa sarili
"Uy kaya mo yan!"

Sa dami ng naging pagsubok
Dumating sa pagkalugmok
Yung tipong nawawala ka na sa track
Mapapasabi ka na lang ng F*ck!

Ang hirap sa totoo lang,
Lalo na yung part na
hindi mo alam kung paano iexplain
Sa tao ang kalagayan mo

Iba kasi talaga kapag ikaw yung nasa sitwasyon
Iba yung struggle ng mga taong tulad ko,
tulad namin na may mental health issue
Kaysa sa normal na tao

Mas malalim yung pain
Kaya minsan nakakarinig
Kami na tawag sa amin ay insane.

Flashback

Sobrang lungkot
Sobrang saya
Ano ba talaga ang nadarama
Isip dito, isip doon

Bumabalik ang alaala ng kahapon
Na parang alon
Pinipilit na makaahon
Sa pagkalugmok

Pero tila nag iba na yata ngayon
Kapag bumabalik ang nakaraan
Ngiti ay iyo nang masisilayan
Bumubulong sa sarili "kaya mo yan"

Anyare

Umiiyak ka na naman

Bakit ba ikaw ganyan?

Pwede mo ba sabihin sa akin?

Dahil ba ito sa iyong nakaraan kaya ikaý naging iyakin?

Mata'y ibaling sa akin

Sasamahan ka hanggang araw ay palipasin

Yayakapin ka nang mahigpit

at ang lahat ay makakalimutan na sa bagong araw na sasapit

Hiling

Gusto ko sana i abot sa iyo ang mga liham na ginawa ko
kaso baka hindi naman na tayo magkita ulit
pero nagbabakasakali pa rin naman ako
baka pag tagpuin ulit tayo

Sulyap

Sa tuwing dumungaw sa bintana
hinihiling na sana ay makapiling ka
makasama ka na gumala sa hardin
makakita ng mga bulaklak

matanaw ang napakagandang ulap
kasabay ng paghuni ng mga ibon
Itapon ang isang libong bakit
Tinatanong lagi kung bakit napakaraming nabubuong mga katanungan

na tila ba gusto ko nang itapon ang lahat ng ito sa kawalan
Hindi ko maiwasan na maramdaman ang kalungkutan
Hindi maikukubli sa aking mga mata
kahit itago ko pa ang lungkot na nadarama
Makikita mo ako tumatawa dahil ayoko nang makita ng iba na ako'ý lumuha

Kung Sakali

Nagbabakasakali
Dumarating sa punto na
hindi na muling makasulat pa
nawawalan ng pag asa
nagtatanong sa kawalan

hanggang kailan ito mararanasan
na para bang ballpen na nauubusan ng tinta
utak ay pigang piga
wala ng maisulat pa, inspirasyon tila biglang nawala

nandun kasi ako sa puntong
imahinasyon ay tila naging bugtong-bugtong
isang palaisipan mahirap hulaan
na sa pyesa ko naipapahayag ang nararamdaman

para sa isang taong
nakatago sa bawat istoryang sinusulat sa mga pyesa
na tila na patanong ako sa sarili, magugustuhan mo kaya?

Time Machine

Sa maikling oras na kausap ka
nabuhayan ang mundo kong matamlay
na tila parang nasa dagat at akoý nawawala

pero ako ay iyong natagpuan
ikaw ay isang taong nagmistulang
tumulong sa akin mag sagwan
hindi ko alam ang patutunguhan

nagpapasalamat tayoý pinagtagpo
at ang oras mo sa akin ay inilaan
ako tila nabuhayan
buhay naging makabuluhan

Pinasmile

Ngiti ka dahil kakaiba ka
di ka katulad ng iba
ikaw ang nagbibigay ilaw
sa madilim kong mundo

nagiging maayos ang takbo ng utak kong magulo
kapag naalala ang masayang alaala noong ikaw ay nakilala ko

Roller Coaster

Sobrang saya
na akala mo wala ng bukas pa
hinihiling na sana hindi na ito matapos
natatakot na luha muli pang aagos

sobrang lungkot
puso ay napopoot
nawawalan ng pag-asa
ngiti sa mga labi tila nawala na

Blessed

Sa paglalakbay kong ito
na may iba't-ibang kinakaharap na pagsubok
nagpapasalamat ako
sa mga taong nandyan sa tabi ko

pati kay God na lagi nandyan
He never fails
lagi niya ako ginagabayan
hindi niya ako iniiwan

Lihim Na Pagtingin

Nangangarap na mapansin mo
mapapansin mo kaya ang tulad ko?
ikaw ang nagsisilbing inspirasyon
sa pagsulat ng tula na nagmula sa aking pusong mamon

mapapansin kaya
o kaya tila mababaliwala
sa pag gising sa umaga
ikaw ang naiisip aking sinta

kaya sana kung ikaý nalulungkot
huwag mong iisipin mag-isa ka
dahil merong taong humahanga
sayo at isa na ako doon

lalo na pag dating sa dapit hapon
ikaw ang laman ng isip, puso at damdamin
nag uumapaw sa saya
patuloy magsusulat para sayo hanggang ang panulat ay may tinta

Plantya

Gusto ko lumipad na parang isang paru-paro
na gustong maglakbay sa ibat-bang parte ng mundo
at para na din masilayan ang mga ngiti mo
na hindi mo malalaman na nandyan na pala ako sa tabi mo

paru-parong dumapo sa iyong palad
nagbabakasakali na masilayan mo ang ganda ng kulay
sa akin ay namumukadkad sa aking paglipad
masulyapan ka sa iyong bintana
madapuan ang iyong mga halaman at bulaklak na dinidiligan sa umaga
ito ang aking nagmistulang memorya na sa puso ko ay magpapasaya

Bes

Asahan mo kaibigan ko
nandito ako para sayo
kung ano man ang pinagdaanan mo
handa akong makinig at magbigay ng payo

yayakapin kita
para hindi mo maramdaman na nasasaktan ka
tatapikin sa balikat
at sasabihin na kaya mo yan at may
panibagong araw pang sisikat

Ikot Ikot

Dito sa mundo
na minsan hindi mo alam kung saan ka patungo
marami ang panghuhusga sa iyo
kung anu-ano ang sasabihin nakakasakit ng damdamin mo
pero life goes on smile parin tayo

minsan suicidal ka na
dahil sa mga ala-ala na bumabalik pa
pero ganyan talaga, move on at wag na lang magpaapekto pa
nakakatakot minsan maging masaya
dahil katumbas nito ay kalungkutan na naman

na halos hindi mo na alam ang dahilan kung bakit nasasaktan
life goes on
need natin mag move on
ngiti paunti unti
lungkot ay mapapawi

Pagsasamahan

Sa buhay ng tao, kung sinu-sino ang makikilala mo

merong peke at minsan nahihirapan ka pa kung sino talaga ang totoo

maraming problema ang daraan at dito mo nasusukat kung gaano kalalim ang pagsasamahan

Sa paglalakbay kong ito

marami na akong kaibigan

sasamahan ka sa masayang panahon at pati na rin sa kalungkutan

kaibigan na maituturing kahit na ikaý lubog na sa kahirapan

nandyan pa din sa iyong tabi at ikaw ay dadamayan

Maraming pagsubok sa buhay na sila ay aking nakasama

lalo na kapag ako ay nalugmok

may handang maglaan sayo ng oras

na para bang ikay umaakyat ng bundok

at kapag may problema ng mabigat

papatawanin ka nila na para bang wala ng bukas

Pero mag-ingat ka

dahil ung iba hihilahin ka pababa

kung anu-ano sasabihin sa iyo

akala niya nakakatulong pa siya

kung anu-ano panghuhusga

kaya para sa mga kaibigan kong totoo na hanggang dulo ay nandyan sa tabi ko

tumatapik sa balikat ko kapag ako'y litong- lito

maraming salamat sa inyo

dahil kahit saya at lungkot ay nandyan kayo

nabuo ang pagsasamahan natin

dahil sa mga problema nagpatibay sa atin

Hellocination

Gusto ko malaman mo
ang nararamdaman kong ito para sayo
Medyo naging mapusok na naman yata ako
Nafa-fall kasi ako kapag nakikita ko ang litrato mo

Bakit ba kasi ang cute-cute mong ngumiti
Lungkot ko'y tila napapawi
Pangalan mo Hindi maalis sa isip ko
Laging nagde-daydream kung kailan kaya magkikita ulit tayo

Mukhang malabo mang na muli kang masilayan
Nagpapasalamat na din Kay Lord na ika'y nakikita kahit pansamantala yan
Ilang araw na lumipas
Ang feeling na kinikilig pag naalala ka ay never pang kumupas

Salamat sa maikling panahon nakausap ka
Ito ay mananatili masayang ala ala
Sa puso ko at aking memorya
Hiling na sana'y maulit pa

Kisapmata

Pagkagising sa umaga
Hindi na mapigilan ang nadarama
Kapag ikaw ay nakikita
Lungkot ko ay nawawala

Hindi ko maitago ang ngiti sa aking mga mata
Ano bang mayroon sa iyo bakit ako nagkaganito
Sana sa susunod ay mapansin mo naman... ako
Gusto ko sana malaman kung kamusta ka na ba?
Hindi ako mapalagay sa tuwing iniisip kita

Labo Mo

Hindi ko na namamalayan ang oras na lumilipas

Kapag ikaw ay naaalala

Kasama kong tumawa sa mga bagay na tayo lang ang nakakaunawa

Minsan nasabi ko sa sarili ko na..

Sana wala nang katapusan ang kaligayahan nadarama ko

Marami akong hinihiling

Nagbabakasakali maiba ang ihip ng hangin

Baka matupad ang mga bagay na dati ay parang suntok sa buwan

Kay sarap sa pakiramdam kapag umaapaw ang kaligayahan

Bababa Na Ba Tayo?

Minsan ay gusto ko na lang manahimik

Minsan ay ayoko na lang din sa iyo magtanong

Kasi may mga bagay ka na hindi mo ganung nauunawaan

Pinapaalalahanan ang sarili ko lagi na huwag ka ng kausapin

Pero sumablay nanaman ako

Nagtanong nanaman ako sa iyo ng mga bagay na kaya ko naman resolbahin

Masyado ka na kasing napalapit sa akin

Pakiramdam ko kasi ikaw yung kaibigan ko na handang makinig sa akin at

pasayahin ako

Pero nagkamali ako kasi heto ulit ako

Dumidepende na naman sa iyo

Sumasandal lagi sayo kapag may gumugulo sa aking isipan

Isang maling desisyon na naman

Aninag

Hindi matanaw ang liwanag
Isang ilaw na kung saan ay kailangan kong sundan
Natabunan ng mga ulap
Napahinto tuloy ako

Naitanong ko sa sarili ko
Okay pa ba ako?
At napangiti na lang ako noong naalala ko na
Pwede naman pala huminto at huminga

Inhale. Exhale. Repeat.

Prumeno (Para Sa Tabi Lang!)

Nahirapan kumalma
Kakaiba na ang nadarama
Parang sasabog na sa kalungkutan
Walang makausap

Walang magawa
Kundi dumungaw sa bintana
At hinatayin kung saan pwede bumaba
Nahihirapan kumalma

Hindi makahinga
Hindi mabuksan ang bintana
Bumubuhos ang ulan
Kasabay ng pagbuhos ng luha

Nakatulog kakaiyak
At biglang naalimpungatan
Noong may biglang pumara

Panandalian

Paano ko ba ipapadama sa iyo
Kung gaano ako nagpapasalamat sa mga naitulong mo
Sana mapansin mo yung mga liham na ginawa ko
Pasensya na at nilihim ko muna pansamantala ito

Bumubwelo muna kasi ako kung paano ko sisimulan sabihin sa iyo ito
Napakasaya ko nung nakilala kita
Ang dali mo lang mahalin
Alam mo kung bakit?

Kapag ang lahat ay nagliliwanag
Parang lahat ay napakadali
Pero alam mo kung ano ang natutunan ko din sa paglalakbay natin?
Ang yung napakachallenging na part?

Kailangan natin magsilbing liwanag sa mga taong mahalaga sa atin.

Alon

Napupuno ng tanong ang aking isipan
Iniisip kung kailangan pa ba kita ipaglaban?
Alam ko dapat ko pigilan ang aking nararamdaman
Dahil ako rin ang mahihirapan kapag pinilit ko sa iyo ang aking sarili

Mahirap kapag naging mapusok
Kasi sa huli ako din ang nalugmok
Hinihiling na sana makalimutan na kita
At para makapaglaan uli ako sa aking sarili ng pagpapahalaga

Hindi ko na kailangan mag sayang sa iyo ng oras
Dahil nararamdaman ko na ang pagmamahal mo sa akin ay pansamantala lang
Huhupa din ang kilig na iyong nararamdaman
Lalo na kung may ibang nagpatibok sa iyong puso at magpakilig sa iyong isipan

Pag-Amin

Mahal na kita

Sa araw araw na bumabangon ako sa umaga

Paunti-unti na akong nahuhulog sayo sinta

Nagiging makitid na palagi ang isip ko

Sa tuwing nalalaman kong may babaeng pinupusuan ang mga post sa social media mo

Alam ko napaka immature na pag iisip ito

Pero hinihiling ko na sana sa bawat pag sambit mo sa akin na mahal mo ako

Sana ako lang talaga ang nilalaman ng iyong puso

Tigil

Ayoko ng maramdaman ang magmahal
Dahil ang kapalit nito ay masasaktan lang din ako sa huli

Oo masaya sa umpisa pero kapag nahaluan ng takot at pangamba ay hinihiling ko na sana masaya na lang lagi

Pero hindi pwede dahil ang buhay ay sadyang ganyan
May masaya at malungkot kang mararamdaman

Gunita

Sa tuwing may nakikita ako ng magandang larawan ay hindi ko maiwasan na isipin mabuti ang dapat ko gawin lalo na sa pagpili ng reaction button sa larawan na iyon.

Kapag naiisip ko gusto ko pusuan ang isang litrato lalo na kung lalaki ito.. pangalan mo agad ang nanguguna sumulpot sa isip ko.

"Nako, baka masaktan siya kapag nakita niya pinusuan ko itong larawan ng isang lalaki alam kong pagseselosan niya o kaya naman baka ikumpara niya dito ang sarili niya"

Hindi ko ganun maipaliwanag sa bawat gagawin ko pagkilos ay iniisip ko yung mga bagay na maaaring makapag paramdam sa kanya ng pagkabahala at dahilan para ikumpara niya ang sarili niya sa iba.

Kaya madalas ay umiiwas ako sa mga bagay na alam ko pinagmumulan ng pag ooverthink niya. Pero kahit gaanong pag-iingat ang gawin ko para hindi siya masaktan ay madalas para akong isang talunan dahil ginagawa ko ang lahat ng makakaya ko at sa huli ay ako pa rin ang nasasaktan. Dahil ang mga bagay na gusto ko iparamdam sa kanya kung gaano siya kahalaga at kamahal mahal ay hindi ko matatanggap pabalik.

Ako yung nag-adjust lagi. Ayoko maging demanding pero minsan hiniling ko na din ito.. na sana sa susunod na kabanata ay matanggap ko naman ang pagmamahal na kailangan ko na naibibigay ko palagi sa mga taong mahalaga sa akin. Hindi ko alam kung meron pa bang makakagawa ng ganitong effort sa akin o sadyang suntok sa buwan ang lahat ng mga hinihiling ko. Kasi hindi naman sa lahat ng oras ay makukuha ang gusto ko. May mga magagandang bagay akong matatanggap pero dapat imbis na mag reklamo ay mas makakabuti na magpasalamat ako.

Alam mo kaya natatakot ako sumugal uli?

Kasi kahit ilan beses na ako umahon sa pagkalunod sa paulit ulit na dahilan kung bakit ako nasasaktan ay parang hindi ako natututo. Madalas ang nangyayari ay nakapulot ako ng bato na pinupukpok ko madalas sa ulo ko.

Ako na mahilig mamahagi ng pagmamahal na alam ko sobra sa akin ay madalas sa huli ay umiiyak ako at nasasaktan dahil may tao akong pinaglaanan ng atensyon na hindi ko halos maibigay sa sarili ko. Dahil siya ang lagi nasa isip ko.

Kaya naisip ko na mahalaga na "ako naman muna"

Ayoko na muling malugmok dahil pinaghirapan ko ba maiahon ang sarili ko sa pinakamalalim na mga pagsubok. Nagmumukha na talaga akong tanga kung hahayaan ko ang sarili ko na umiyak para lamang sa iisang lalaki na hindi ko naman ganun kakilala pa.
Napapagod na din ang isip at puso ko.

Pero hindi ibig sabihin nito ay sumusuko na ako sa iyo.
Gusto ko lamang magpahinga
Makalimutan pansamantala ang sakit ba nadarama
Alam kong huhupa din ito at kung babalikan man kita ay sisiguraduhin ko na hindi ko na muli

hahayaan ang sarili ko na madapa at umiyak dahil sa walang kwenta dahilan
Hindi dapat ako ang laging umiiyak kapag may tao akong nagustuhan at napupusuan
Dahil matagal ko nang binuo ang puso ko at iningatan

Proxy

Pansamantala

Ako ang iyong...

Pansamantala.

Hindi man ako katulad niya pero nandito ako kapag nasa isip mo siya

Sa bawat pagtibok ng puso mo at siya ang sinisigaw nito

Handa ako damayan ka dahil ako ay ang iyong pansamantala

Yakapin ng mahigpit

Hanggang lahat ng lungkot ay mapawi

Nakakalimutan mo siya pansamantala

dahil nandito ako dinadamayan ka kapag hindi ka masaya dahil hindi mo na alam ang patutunguhan niyong dalawa

Kahit ako minsan napatanong sa sarili ko.

Hanggang dito na lang ba palagi?

Hindi ko yata talaga deserve ung mala fairy tale na love story.

Madalas ang papel ko ay ako yung pansamantala nagpapakilig kapag nalalabuan na siya sa babaeng mahal niya. Bakit kailangang dalawa?

Bakit kailangan pumasok siya sa buhay ko at nagsilbing inspirasyon pero sa huli siya din pala

ang magiging dahilan para maging sugatan ang puso na ang hirap ingatan.

Kailangan ko na yata umiwas dahil parang may mali

Bakit idinidepende ko ang kasiyahan na gustong maramdaman sa isang taong magiging dahilan

sa huli para ako ay masaktan muli

Nahuhulog na ako sa iyo

Ikaw ang isa sa nagsisilbing inspirasyon ko

Pero parang may mali talaga dahil hindi dapat puso ang inuuna

Dahil ayoko na maging tanga at masaktan sa paulit ulit na dahilan

Ikaw

Oo. Tama ka sa iniisip mo

Meron nagpapatibok ng puso ko

At sa tuwing sinisigaw nito ang pangalan ng mahal ko

Nagiging komplikado ang lahat dahil hindi ko alam kung nararamdaman ko ba pabalik yung pagmamahal na ipinakita at ipanadama ko

Natuto na ako sa mga sugat na natamo

Pero ito na naman ako nagiging tanga

Lalaban tayo

Ito ang lagi sinasabi ng isip at puso

Kaso nakakapagod din pala

Kapag ibinuhos mo ng sobra ang pagmamahal at pagpapahalaga sa isang tao na ginagawa mong mundo na hindi naman dapat

9262

Sa tuwing naaalala ka

Napapangiti ako ng hindi sinasadya

Sa bawat pag tawa ko ay kapalit naman nito ay ang kirot sa aking puso

Dahil wala namang tayo at imposibleng magkita muli

Ayoko nang umasa na makakausap pa kita

Pero sa pagpikit ng aking mga mata ay nandoon ang aking paghiling na sana bukas ay makatanggap ako ng mensahe galing sayo sinta

Alam kong hindi tayo bagay

Ako lang naman yung nag-iisang taga hanga mong hindi nagsasawa kahit alam kong tama na at kailangan ko nang tigilan ang kahibangan kong ito

Gusto ko nang sumuko

Pero hindi ko maintindihan kung bakit parang may konting pag asa pa din akong inaasahan na sa dulo ay ako ang iyong pipiliin at masasabi ko na Ikaw at ako ay pinagtagpo

92621

Hindi ako makatulog

Sa tuwing naalala ko ang pangalan mo

Nawawala ang aking lungkot

Napapawi ang pagod

Akala ko tapos na

Noong naramdaman ko noon na gusto ko nang tigilan ang pagkahumaling ko sa iyo

Dumating ang mga umaga na sinasabi ko na ikaw pa rin ang sinisigaw ng aking puso

Ayoko na suko na ako

Hindi ko maipaliwanag na bakit ikaw ang laging sinisigaw ng aking puso

Marahil pagod ka na din

Dahil alam kong hinihintay mo ang aking mga mensahe na magpapaalalang mahal pa rin kita kahit alam ko na wala naman pag asa

92622

Kanina masaya pa ako
Pero habang umuusad ang oras
Nilalamon na ako ng kalungkutan
Kapag naalala kong malabo naman maging tayo

Pilit ako umaasa na mapapansin mo pa ako
Pero sino ba naman ako para humingi ng ganitong kahilingan
Alam ko naman na noong una pa ay suntok sa buwan makakausap kita katulad ng bilang magkaibigan man lang
Pilit ko pinapaalalahanan ang sarili ko na tigilan ko na ang pagsasayang ng oras ko kakaisip sa iyo

Sa una kakaiba ang saya na iyong naipapadama
Pero kapag nilamon ako ng kalungkutan
Hindi ko mapigilan ang lumuha
Dahil marami akong katanungan na gusto ko sana mabigyan ng kasagutan

Mahal kita

Pero hanggang dito na lamang

Dahil ang katotohanan ay kailangan na kitang iwasan at kalimutan

Marami ang hindi sumang ayon sa ating pagmamahalan

92623

Palagi ko pinapaalala sa sarili ko na kakalimutan na kita

Ibaon sa limot ang lahat ng mga nakakapag pakilig at nakakapag pangiti sa aking mga alaala nating dalawa

Gusto ko na sana pag gising ko ay masasabi kong okay na ako at naghilom na

Pero sa tuwing sinusubukan kong kalimutan kita

Hindi maiiwasan na sumagi lagi sa isip ko ang pangalan mo aking sinta

Kahit sinasabi ko sa sarili ko na suntok sa buwan mangyari ang mga hinihiling ko

Hindi ko maisip kung ano ang nagiging dahilan kung bakit ang pangalan mo ay sumasagi lagi sa aking isipan

Gusto na kitang kalimutan

Gusto ko nang magising sa reyalidad na hindi mo naman ako kakausapin at ituturing kahit kaibigan man lang

Maraming hadlang para mangyari lahat ng aking kahilingan

Ang sakit sa aking damdamin na ipunin ang mga liham na nais ko sana ipaabot sa iyo

Madalas sa pagsusulat ko na lang naipapahayag kung gaano mo ako napapasaya at nabibigyan ng lakas ng loob na magpatuloy sa buhay kahit sukong suko na ako

9282

Nandun ako sa panahong kailangan mo ako

Handa ako laging makinig sa iyo kahit paulit ulit na yung mga sinasabi mo

Pero bakit ganun?

Kapag ako na ang may kailangan ng masasandalan eh tila ba lagi kang wala

Siguro makakabuti kung titigilan ko nang makinig sa mga kwento mo

Dahil kapag ikaw naman ang kailangan ko ay sasabihin mo na gusto mo muna mapag isa

Hindi ako nagbibilang ng mga maitutulong ko sa iyo

Pero inuubos mo lang lagi ang lakas ko tapos kapag ako na ang nangangailangan ay hindi naman kita makausap at mabalingan

Masyado lang kasi siguro ako dumidepende sa iyo

Dahil ang pagkakaintindi ko sa pagkakaroon ng kaibigan ay meron tao handang makinig sa kwento ko

Lalo na kung wala naman kwenta ito ay naiisip ko baka maging pabigat lang ako sa iyo

Marahil kailangan ko na nga ata lumayo sayo dahil napagtanto ko isa ka sa dahilan kung bakit ako nalulungkot, napa panghinaan ng loob at nakakaramdam na wala akong kaibigan na handang makinig sa akin.

92821

Hindi ko maipaliwanag ang nadarama

Gusto ko nang tumigil sa pakikipag usap ko sa iyo

Ayoko nang subukan pang muli na magkaroon tayo ng koneksyon

Pero hindi ko mapigilan ang pagmamahal na umaapaw sa puso ko

Nais ko sana sabihin sa iyong mahal kita

Pero naunahan ako ng takot at pangamba

Naiisip ko lumayo sa iyo

Nasasaktan ang aking puso sa tuwing naalala ko ang pangalan mo

Humihiling na sana ako na lang din ang iyong piliin

Pero ayoko magmakaawa at magmukhang tanga na parang naghahabol at uhaw sa atensyon

Ang hirap gumawa ng paraan kung paano ko nililihim ang nararamdaman ko para sayo

Kung pwede ko lang sabihin sa araw araw na "Mahal kita! Huwag ka nang lumayo dahil nandito ako lagi kapag kailangan mo"

Nagtatalo ang aking puso at isipan

Pilit na sinasabi ng aking isip na tigilan ko na ang paglapit sa iyo

Dahil sa tuwing gagawin ko ito ay parang dinudurog ang puso ko

Ang daming guni guni ang naiisip

Mga bulong na tila ba ako dinedemonyo

Alam kong hindi dapat ito paniwalaan

Pero may nagtutulak sa akin para layuan na kita at unahin ang sarili ko muna

Ang sayang magmahal pero nakakatakot kapag sa bawat araw na pag gising ay puno ng pangamba

Natatakot na baka pag lumipas pa ang bawat araw ay hindi mo na ako mahal

Baka may mahanap ka na mas makakapagbigay sayo ng saya

Tapos makakalimutan mo na ako

Maglalaho lahat ng masayang alaala ng nabuo sa ating dalawa simula nang makilala kita

92822

Hindi ako mapalagay sa tuwing naiisip ko ang mga katanungan na ito

Kailangan ko pa bang ipaglaban ang nadarama kong ito para sa iyo?

Nasa punto ako ng aking buhay na gusto kong subukan ulit sumugal na magmahal

Pero nilalamon ako ng mga takot na baka sa dulo ay hindi naman talaga tayo ang pinagtagpo

About the Author

Kuting Gajitos & Nicole Audrey Co

Kuting Gajitos is a Filipino writer and poet who loves cats, playing the ukulele and crocheting stuff. She mostly posts her works on Twitter, Facebook, Instagram and allpoetry.com. She's mostly living inside her head, dreaming up fantastical and terrifying things in between working, eating and sleeping.

Nicole Audrey Co is an aspiring content writer for blogs, videos, and other creative ideas. Talking to people is an asset that makes her creative, bubbly and cheerful. During her high school days, she went through a lot of ups and downs. She seldomly talks to her friends and keep on writing in her journal. She realized that she is both an extrovert and introvert. Therefore, she was introduced to the word ambivert. With that said, there was a point in her teenage journey that she was lost. She lost interest in all things including the things she used to do. she doesn't have any explanations why she experienced all those things but she is still grateful for all the lessons learned. She cannot say that she is mature enough to face her entire life but she can say that she can handle it well.

Today, she just take things one day at a time. She is happy for every chapter in her journey. She met a lot of people and she learned a lot from the experiences they shared with her. she doesn't regret anything in her life, whenever the bad memories come she just let it pass by. She is thankful for the people who hurt her because they made her stronger. She is also challenged by the people who don't believe in her because she used it as a tool to improve and develop herself. Sometimes, it makes her feel bad when people judge her. But she realized that she don't need to waste her energy for bad things. she tries to be positive and she loves making people happy. she really loves the sound of laughter. It is music to her ears. She didn't expect that she can make people laugh, because she saw herself as a negative person before. She realized it's so happy just to be alive and fighting! She is here for all of you no matter what! Please don't be afraid to reach out to her if you ever want to, no matter what the time.

www.ingramcontent.com/pod-product-compliance
Lightning Source LLC
LaVergne TN
LVHW041606070526
838199LV00052B/3015